ஊன்முகிழ் மிருகம்

ஊன்முகிழ் மிருகம்

சவிதா

எழுத்து பிரசுரம்

Title: Oonmugizh Mirugam
Author: Savitha

Published by Ezutthu Prachuram

Zero Degree Publishing
No. 55(7), R Block, 6th Avenue,
Anna Nagar,
Chennai - 600 040

Website: www.zerodegreepublishing.com
E Mail id: zerodegreepublishing@gmail.com
Phone : 98400 65000

Ezutthu Prachuram First Edition: January 2023
ISBN: 978-93-90053-40-7
TITLE NO EP: 411

Rs. **140**/-

Cover Design: Samshrika
Layout: Vijayan, Creative Studio
Printed at Clictoprint, Chennai, India

சமர்ப்பணம்

தேவதை திரைப்படத்தின்
முதல் 29 நிமிடங்களுக்கு

என்னுரை

எதற்காக இத்தனை காதலை கொண்டாடுகிறாய்' என்ற கேள்வியை எப்போதும் புன்னகையால் எதிர்கொண்டிருக்கிறேன். அது என்வரையில் உயிர் வாழ்வதற்கான ஒரு உபாயம். எல்லைகளின் விளிம்பில் நின்றுகொண்டு எட்டிப் பார்த்து மயிர்க்கூச்செறியும் பாவனைகளுடனான வாழ்வை நான் கைக்கொள்ளவில்லை. மேலும் , உடல் பற்றிய விஷயங்களில் வெகுபட்டவர்த்தனமாக முன்வைப்பதிலும் எனக்கு சற்று தயக்கம் இருக்கிறது. ஆயினும் ஒவ்வொரு முறையும் மீறலை ஆடையென உடுத்தும் கலையின் போதை என்னை வசீகரிக்கச் செய்கிறது.

வேற எழுதலாமே' என்று கேட்பவரை, இல்ல. இதுதான்' என மனதால் தீர்மானித்து புன்னகையால் கடக்க வைக்கிறது. அக சிடுக்குகளே இவ்வுலகை ஆள்கின்றன என பெரிதும் நம்புகிறவளால் வேறென்ன எழுதிவிட முடியும்.

அன்பின் பொருட்டு சரணடைதலைப் பற்றி எழுதப்பட்ட கவிதைகள்தான் இந்தத் தொகுப்பு முழுதும். ஒப்புக்

கொடுத்துக்கொண்டே தன்னை தெய்வாம்சத்துடன் இணைத்துக் கொண்ட தாச பாவத்தை உறுதியுடன் பிடித்துக் கொண்டிருக்கிறேன். நிவேதனமென உடலை முன்வைத்தது கூட சுயமழித்துக் கொள்வதற்கான முனைப்பு மட்டுமே.

இது காமத்தின் தாபங்களுக்கான பிதற்றல் அன்று. மிதந்தலையும் பற்றிக்கொள்ள ஏதுமிலா ஒரு துண்டு பிரியத்தின் முனைப்பு. மிகச் சரியாக பொருந்துவதற்கான விழைவு. இதைப் பேசக்கூடாதென ஒடுக்கியவர்களுக்கான என் தரப்பு மீறல்.

இந்த வெளிப்படைத்தன்மையை விமர்சிக்காது அணைத்துச் செல்லும் என் குடும்பத்திற்கு தாள் பணிகிறேன். உற்ற நட்பென வழிதோறும் உடன்வருபவளான அனிதாவை வியக்கிறேன். தங்கையென ஏற்றவர் இக்கட்டான பணிசிடுக்குகளிலும் அத்தனை நியாயமான, தரமான முன்னுரை எழுதிக் கொடுத்த தாமரைபாரதி அண்ணனுக்கு கைம்மாறு செய்யவியலாது பெருங்கடன்காரியாய் நெஞ்சமுழந்தி நிற்கிறேன்.

ஸீரோ டிகிரியின் காயத்ரிக்கும், ராம்ஜிக்கும் நன்றிகள். இன்னும் பின்புலமாய் நின்று கொண்டு என் நலனில் அக்கறை கொண்டிருக்கும் அத்தனை நண்பர்களுக்கும் அன்பு செய்ய இந்த அற்ப வாழ்வை உபயோகப்படுத்திக்கொள்கிறேன். மிகச் சிறந்ததாய் அட்டை வடிவமைத்து தந்த மகள் சம்ஷ்ரிகாவுக்கு நன்றி.

சவிதா

உள்ளப்புணர்ச்சியும் மெய்உறுபுணர்ச்சியும்

விநோதமான புரிந்துகொள்ள முடியாத இந்த வாழ்வைத்தான் இவ்வளவு காலமாக நாம் வாழந்துகொண்டிருக்கிறோம். ஆனால் அடுத்தடுத்த நிகழ்வுகளின் சஞ்சரிப்பிலோ அது சார்ந்த தரிசனத்திலோ அதன் உட்பொருளை அதன் தாத்பரியத்தை கண்டடைகிறோம். அவ்வாறு கண்டடைவதற்காகச் சில கருவிகள் மனித குலத்தில் தோன்றி இருக்கின்றன அல்லது மனிதன் தோற்றுவித்திருக்கிறான். மானுடவியல், இனவரைவியல், சமூகவியல், சமூகஅறிவியல் எனப் பல்வேறு கருவிகள் மூலம் அத்தரிசனத்தைக் கண்டடைந்த போதிலும் எதிலும் திருப்தியுறா பாழும் மனித மனம் வேறு ஒரு கருவியைக் காலந்தோறும் கைப்பற்றி கொண்டே வந்திருக்கிறது. அக்கருவி கலை ஆகும். இருப்புக்கான நம்பிக்கை கலை. கலை வடிவங்களின் தலைவி கவிதை. நவீனத்துவத்துக்குப் பின் நாவல் வடிவம் கூட கவிதை தன்மையுடையதாகப் படைக்கப்பட்டு வருகிறது. கவிதையோ நாவல் வழங்கும் உரைநடைத் தன்மை வாய்ந்ததாக மாறியும் வந்திருக்கிறது. இது பரவலாக எல்லோராலும் அறியபட்டதுதான்.

கவிதைக்கு இரண்டு வியங்கள் முக்கியமானவை. ஒன்று சுற்றுப்புறம். மற்றொன்று தான் என்கிற தன்முனைப்பு. 'சுற்றுப்புறத்தில் பொருட்கள் அவை பொருட்களாகவே இருக்கின்றன. ஒரு கவிஞனாக அவற்றைக் கண்டடைவதுதான் என் வேலை என்கிறார் ஜார்ஜ் லூயிஸ் போர்ஹஸ். அந்த வகையில் சவிதா ஒரு கவிஞராக அவரைச் சுற்றியும் அவருக்குள் சுற்றிச்சுற்றி வருவதையும் கண்டடைகிறார். அவ்வாறு கண்டடைந்தவை வெறும் காட்சிப்பொருளாகவோ அன்றி கருத்துருப் பொருட்களாக உருமாறி ஊன்முகிழ் மிருகம் ஆகிறது.

உளவியலறிஞர் ஆபிரஹாம் மாஸ்லோ மனிதனின் தேவைகளாக ஏழு தேவைகளைப் பரிந்துரைக்கிறார். அவற்றுள் வெகு முக்கியமானவை வாழ்வுக் கட்டுமானத்தில் மனிதன், தான் சார்ந்த பாதுகாப்புத் தேவைகளும் உடலியல் தேவைகளும் ஆகும். பொதுவாக மனிதன் ஒரு சமூக விலங்கு அல்லது சமூக மிருகம். மிருகத்தின் அடிப்படைத் தேவை பசி, தாகம் உடலியல் விழைவு, வேட்கை, மற்றும் புணர்ச்சி. அகவயமான இந்த உணர்வுகளை மொத்தம் 55 கவிதைகளில் சவிதா வெளிப்படுத்தியிருக்கிறார். வெளிப்படுத்திய சொல்லாடல் முறையானது சஷாங்கன், தேவி, தேவன், தேவ தேவ, மற்றும் அணங்கு போன்ற சொல்லாடல்கள் மூலம் குறியீட்டியல் தன்மைகளோடு பல கவிதைகளில் அமைந்து விடுவதைப் பார்க்க முடிகிறது. பிறரது உடலியல் வேட்கை Pro-toganist இடம் அத்து மீறலாக மாறுவது ஓநாய்க் குறியீடு மூலம் வெளிப்பட்டு வருகிறது. இந்த இடத்தில் கவிஞர் ஜீனத் அவர்களின் கதவகருகே நிற்கும் ஓநாய்க் கவிதை நினைவுக்கு வராமலில்லை.

காதல் என்ற கருத்தியல் மனவெழுச்சியைக் காமம் என்ற கருத்தியல் நிலைப்படாக உருவாக்க எடுக்கும் பிரத்யேக முயற்சிகள்தான் கூடல் பற்றிய, கூடலுக்கான ஏக்கம் பற்றிய, பெரும்பாலான கவிதைகளாக வெளிப்பட்டிருக்கின்றன. கூடல் பற்றிய கவிதைகள் இசையும், பௌராணிக, மரபுச் சொல்லாடல்களும் சங்கீத கருவியான

வீணையின் குழைதலும் வாசிப்பிற்குப் பின்னும் மனதில் நிழலாடி நிரடிக்கொண்டேயிருக்கின்றன.

புரண்டதில்
வடதிசை உயர்ந்தது
தென்திசை தாழ்ந்தது
மூச்சுக்காற்றில்
விருட்சங்கள் தடுமாறின
பாதிமூடிய விழிகளில்
வழிந்ததை நிரப்பவியலாமல்
கோப்பைகள் சுக்கலாயின

கூடலைப் பிரபஞ்ச இயக்கமாகக் கருத ஒரு சிறந்த அறிவியலாளனை விடக் கவிஞனாலே மட்டுமே முடியும் என்று நம்புகிறவன் நான். 18-19 நூற்றாண்டுகளில் ஏற்பட்ட ஃப்ராய்டிய தாக்கம் இன்றளவும் தொடர்வதற்கான சான்றாக சவிதாவின் பெரும்பாலான கவிதைகளைச் சொல்லலாம் உதாரணத்திற்கு

அபசுவரம்தான். ஆகாத்தியம்தான்.
படர்ந்த கூந்தலுக்குள்
நுழையும் விரல்களின்
முன்நோக்கிய அழுத்தம்தான்.
அழுத்தி உனைப்புதைத்துக் கொள்ளுமளவு
ஒத்திகை பார்த்திராத நாடகமும்தான்

பின்பக்க சுவரின் வலிமையில்
இடையில் இரையாய் என்னை
சிக்கவைத்த
உன் அகங்காரமும் தான்.
பிய்த்துப் போட்டுவிட்ட
சில மேட்டிமைத்தனங்கள்,

சில நகாசுவேலைகளின் சிதறல்கள்.
வெட்டித்திமிர் இல்லையெனினும்
நெஞ்சுயர்த்தி நிற்கிறாய்

சாகசங்கள் கைவரப் பெறாதவள்
குழைந்திருக்கிறேன்.
ஆழத்தில் தங்கும் படிமமாய்
எதையுமே மிச்சம் வைக்காமல்
கூடித்திரியும் நகருலாவல்.
தோற்றப்பிழைக்கு சாத்தியமற்ற
நேர்விழி ஊடுருவல்
அவ்வளவு சீக்கிரம் தெளியாதிருக்கட்டும்
தாப பித்து.

ஒட்டுமொத்த வாழ்க்கையும்
திரட்டி காகிதச்சுருளென
சாளரத்தில் எறிந்து விட்டு
மூழ்கிப்போயிருக்கிறோம்
முழுவதுமாய் மாறி மாறி
கண்டெடுத்துக்கொள்ள.
சாசனமொன்றை வரைந்துகொள்.
கண்டறிந்து விட்டாலும்
சொல்லிக்கொள்ள வேண்டாமென

ஓர் அழகான திடீர் சந்திப்பை அபசுரம் என்கிறார். அப்படிப்பட்ட அபசுரத்தை, காதலர்களின் நெருக்க சந்திப்பாக அமைகிற பொழுதினை, சுவருக்கும் காதலருக்கும் இடையில் குழைந்து போகும் ஓர் அழகிய வீணையை மீட்டுகிறார். விலகிய பின்னும் அந்த அபசுரத்தின் மீட்டல்களில் இருந்து வாசகன் மீள முடியாமல், மீட்டலின் வலியைத் தொடர்ந்து அனுபவிக்கத் தூண்டும் கவிதையாக இது மலர்கிறது என்பேன்.

எப்போதுமே வைராக்கியமான மனதுடன் முகத்துடன் நம்மோடுள்ள உறவுகளை கடக்க முடியாது. இவ்வாறு இருக்க முடியாத சலிப்பினைக் கூறும் கவிதை இது

உடனடி உபாயமாய்
ஒரு தப்பித்தல்.
அவசரமாய் கரும்புதருக்குள்
மறைதல்.
அரூபமாய் நின்று கொள்ளல்.

ஆவேசமாய் பறந்து போதல். தன்னை மறைத்தல். சில்லிட்ட பனிக்கட்டியாய் உறைதல்

சமதளமான வெற்றுக்காகிதமென முகம் பயின்றல்.
ஏற்ற இறக்கமற்ற குரல் வெளிப்படுத்துதல்.
சமநிலை மாறாதொரு உடல்மொழி.
உள்நசுக்கும் எந்த பூகம்பத்தையும்
வெளிக்காட்டாதொரு தளர்நடை.
கைநீட்டுகையில் ஒரு வீராப்பு.
தலைகுனிதல் பயிலாத நிமிர்வு...
அசதியாய் இருக்கிறது.

காதலின் போதான காத்திருப்பு என்பது சங்கப்பாடல்களில் வெகுவாக பேசப்பட்ட துறைகளுள் ஒன்று. அந்த வகையில் காத்திருப்பின் வலியைப் பற்றி இக்கவிதையைச் சொல்லாம்

நாட்காட்டி, நேரங்காட்டி என்பன
எத்துனை அபத்தம்.
யுகமாய் நீண்டுகொண்டேயிருக்கும்
அந்த நாளுக்கு என்றேனும்
இடைவெளி குறைந்திருக்கிறதா?
உந்திக்கழி கொண்டு தாண்டிவிட

வாமனனின் நெஞ்சிருக்கிறதா?
அஸ்வினி...
'வரலனா. நான் செத்ருவேன்' என்று
வெம்பும்போதாவது
ததாஸ்து சொல்.

இக்கவிதயில் வாமனன், உந்திக்கழி, அஸ்வினி தேவர் போன்ற புராணிக, தொன்மங்களின் Allusion யைச் சேர்த்திருப்பது சிறப்பு.

மிகுதியான அன்பு, Possessive மனநிலையில் குரூரமான கொலையைக் கூட செய்ய தூண்டும் அந்த வகையில்

ஸ்லிட்.. அப்படித்தான்
தொண்ட நரம்பை
அறுக்க வேண்டும்.
வெகு நேர்த்தியாக,
பயிற்றுவிக்கப்பட்ட
பழகிக்கொண்ட
செயல்முறை கலையுடன்
நேர்த்திதான் அத்தனை முக்கியம்
தேர்ந்தொரு வார்த்தை
அதி முக்கியம்
ஒரே முயற்சியில்
உயிர் கொண்டு போக
எத்தனை கடந்திருப்பேன்.
சதைத்துண்டங்களில்
மஞ்சளைக்
கலந்த பின்
உங்களைப் பார்த்து
புன்னகையில்
கொல்வேன். பின் சொல்வேன்.

'அதிதி தேவோ பவ'
கொல்வேன் பின் சொல்வேன்

அதிதி தேவோ பவ – இதுவும் ஒரு வித Allusion தான். ஒரு பழி வாங்கலாகவும் இக்கவிதையை கருதலாம். சமயங்களில் காதல் உறவு கசப்பைத் தந்துவிடுகிறது. அதை நீங்கித்தீராத கசப்பு என்கிறார் குரூர அழகியலைப் பிரதிபலிக்கிறது இக்கவிதை

நீங்கித் தீராத
கசப்பு.
நெல்லிக்கனியின்
நீர்குடிக்கும் கசப்பல்ல..
சுண்டை, பாகல் போல
புளி சேர்க்கும் கசப்பல்ல
கீழாநெல்லியின் தொண்டை கசப்பல்ல
வேப்பிலையின்
வெறும் வயிற்றுக்
கசப்பல்ல
ஆலகால கசப்பு.
என்றும் என்னை விடுவிக்காமல்
எதையுமே சுமைக்கவிடாமல்
மூளையேறி நின்று கொண்டு
கத்திக் கொண்டே இருக்கும்.

திராட்சை பழங்களுக்கும்
காஜீகத்லிக்கும் கூட
இப்படித்தான்
மண்டையிலிருந்து கசக்கும்.. கசக்கும்..
என சொல்லிக் கொண்டே இருக்கும்.
கசந்து போனபின் கரையேற
விட்டால்தான் என்ன?

விடாது. கைப்பையில் ஒளியும்.
காதருகில் கூவும்
கசப்பு.. கசப்பு.. கசப்பு..
அள்ளித் தின்னும் சர்க்கரைக்கெல்லாம்
அசங்காது. ஆளைக் கொல்லும்
ராட்சசங்களில் காதில் ஒண்டும்.
ஒட்டுண்ணி.
இறந்த இரையின்
கண்கொத்தும் வல்லூறு
மீற மீறத் தொடர்ந்து மெல்லும்
ஒவ்வொரு துகளும்
கசப்பாய் மாறும் ஒரு நாளில்
அதன் உண்மை பெயரை
அறிவீர்கள்
அன்று அது அடுத்த கசப்பை பிரசவிக்கும்.

இதேபோல கங்கையின் ஏழு பிள்ளைகளுக்கு பிறகான ஒரு புராணக்கதையை குறுந்தொகை வரிகளுடன் Allusion-ஐ ஏற்றி முடிக்கிறார்.

பக்தி இயக்க இலக்கிய காலத்தில் உருவான, நம்மாழ்வார் போன்றோர் உருவாக்கிய நாயக பாவனைக் கவிதையும் முயற்சித்திருக்கிறார்.

அரூபன் நீ. அகம் வாழும் நாயகன்.
பெரும்நிறை
மோகச் செந்தழல்.
நுனிவிரல் தீண்டலில் தவம் கலைக்கும் மாயோன்.
சிறகிலா தேவன். அணு ரகசியம்.
காதோர கிசுகிசுத்தலில்
சமநிலை குலைக்கும் வேடன்.
மீனின் பதைப்பை பொருட்படுத்தா

தூண்டில் காரன். மெய்பொருள் மீட்பன்.
மிதந்தோங்கும் கந்தர்வன். பசித்த குழந்தை.
வியர்வை உட்கொள்ளும் பெரும்தாகம். தீரா வேட்கை.
வென்று கைக்கொள்ள முடியா சமர்.
விடியாதொரு கருக்கலின் வெள்ளி.
இசைக்குறிப்பின் தியாக பிரும்மம்.
திண்தோள் வலியன்.
வெடித்த நரம்புறும் முழங்கை திரட்சி.
வெம்மையுறும் பகலில்
பனிக்கூழ் இளைப்பாறல்.
மொத்த வாழ்வுக்குமான
சரண்புகல் நின்மார்பு.
குறை சமன்படுத்தும்
என் முழுநிறை.
நிறைக்க வந்த அமிர்தம்.
கடையோர எச்சற் பண்டம்.
தீஞ்சுவை தேகம்.
பெரும்பசிக்காரன்.
கண்மூடினால்
இமைசூழும் நற்கனவு.
என் நல்லூழ் நீ.
மேய்ப்பன் நீ.
நான் செம்மறி.

"மொத்த வாழ்வுக்குமான சரண்புகல் நின்மார்பு"

இந்த வரிகளில் தன்னை இழத்தல், தன்னை ஒப்புக்கொடுத்தல் போன்ற பக்தி நிலையில் உச்சத்தை அடைகிறார். அந்த உச்சம் காதல்தானே.

இந்தியத் தொன்மங்கள் மட்டுமல்லாது கிரேக்கத் தொன்மமான க்யுபிட்,

சீனத் தொன்மமான நுவா போன்றவற்றினை பயன்படுத்தியிருப்பது கவிஞரின் விசாலமான வாசிப்பனுபவத்தை அறியச் செய்கிறது.

அசைத்து போகும் நெடுந்தொடர் வண்டியின் எனத் தொடங்கும் கவிதையானது முழுக்க முழுக்க படிமங்களால் ஆனது. வாழ்க்கையின் மீதான வெறுப்பு, வாழ்க்கையை சலிப்புடன் வாழ்வது குறித்தும் இக்கவிதை சொல்கிறது. வாழ்க்கையை சரியான நிறுத்தத்தில் இறக்கி வைத்துவிட்டால் பிறகு என்ன சுவாரஸ்யம் இருக்க முடியும்.

புதுமைப்பித்தன் அகலிகையைப் பரீட்சித்துப் பார்த்தது போல ஜெயகாந்தன் கங்காவைப் புனிதப்படுத்தியதைப் போல கவிஞரும் அர்த்தநாரியைப் பரிட்சித்துப்பார்க்கிறார் பின்வரும் கவிதையில்.

நானும் நீயும்
நிகழ்காலமல்ல
சஷாங்கன்.
இறந்த காலத்தின்
மிச்சங்களுமல்ல.
இருவரும் தான் காலம்.
நான் எதிலோ மோதி உடைந்த மிச்சத்துண்டு.
பற்றுவதற்கென ஆழ் இருளில்
பிரபஞ்ச வெளியில்
உனைத் தேடும் பிடிமானமற்றவள்.
பெரும்பாகம் நீ.
தேவி நான்.

பிரபஞ்சம் என்பது திட திரவ வாயும் பொருட்களால் ஆனது என்பதை

தீண்டும் திடப்பொருளெல்லாம்
எனது உருவமெனவும்

விழுங்கும் திரவமெல்லாம்
மோகமெனவும்
கொள்.
சூழ்ந்தும்
உட்சென்றும்
எந்நேரமுமாய்
காற்றென வியாபித்திருக்கும்
அணங்கு நானே
சஷாங்கன்

இக்கவிதை மூலமாக அனங்காக மாறி சஷாங்கனையே மிரட்டுகிறார். பூரண சௌந்தர்யம், புத்தெழில் தேவதை, உனது தேவி நான் போன்ற வரிகளால் லா.ச.ரா நினைவில் வந்து போகிறார்

இல்லற வாழ்வில் தினந்தோறும் நிகழும்
விரும்பாக் கூடல் பற்றி,

ரோமமடர்ந்த விலங்கு அது.

விழிகளில் வேட்கை
மின்னும் மிருகம்.
தீஞ்சுவைக்கென
தீயிலிட்டு சுடும்.
ஊனை உண்ணப் பழகியது.
வேஷமிட்ட மான்களை
வேட்டையாடுவதில்லை.
பசியின்றி புசிப்பதில்லை.
இரை கிடைக்காத நேரத்தில்
ஒற்றைக்கால் ஊசி முனையில்
தவமியற்றும்.
லேசாய்ச் சீண்டினால்

ஒற்றைக்கையால் ஓங்கி அறையும்.
தீக்கங்குகளில் சொல்லிட்டு இறைக்கும்.
செம்மறியாய்
வழி தவறி நின்றதைக்கூட
பெரிதாய் கண்டுகொள்ளவில்லை.
பலியாய்
முன்னொடுங்கியிருந்தவளை
முழுக்கண்ணால்
இப்போதுதான்
பார்க்க தொடங்கியிருக்கிறது.
எந்த சலசலப்பிலும்
உயிர்விடாத
செம்மறி
கழுத்தை அண்ணாந்து
காட்டியபடி பலிகொள்ள
இறைஞ்சி கொண்டிருக்கிறது.
நீர்சொட்டும் நாவுடன்
பாயத்தொடங்கும் மிருகம்
'மகிழ்ந்து உண்' என மல்லாந்திருக்கிறது
முக்தியென
முழுமை பெற

இவ்வாறு நிறையக் கவிதைகளை சொல்லிக்கொண்டே போகலாம் கவிஞரின் Narratology எளிய சொற்களில் ஆனால் (பூடகமாக, சூசகமாக) ஒன்றுக்கு மேற்பட்ட வாசிப்பில் மட்டுமே சராசரி வாசக மனப்பரப்பில் தெளிவினை அடையச் செய்யும் வகையில் எழுதியுள்ளார். நவீன கவிதைகளின் பலம் அதுவே.

இசைப்பிரியர் என்பதாலோ என்னவோ நிறைய கவிதைகளில் இளையராஜாவின் இசை சொல்லாமல் சொல்லப்பட்டிருக்கின்றது. இவ்வாறு சொல்லாமல் சொல்லுதல் என்பது கவிதைக்கே உரிய பலம்.

நவீனத் தொழில் நுட்பத்திற்கு ஆட்பட்ட வாழ்வில் காதல் என்பது Virtual Material ஆகிவிட்டதை

காதம்பரி..ம்..
காத்திருக்கிறாயா.. ம்
கண்ணீர் வடிக்கிறாயா.. ஆம்
சிரிப்பாயா? .. நீ வருவாயா..
உயிர் தரிப்பாயா.. உடன் நிற்பாயா?
மேனி தகிக்குமா... தழல் கொண்டு வா.
நேர் நிற்பாயா.. நெகிழ்ந்துருக வேண்டுமா?
நிஜம் சொல்வாயா?... This message is deleted
மற்றும்

நட்ட நடுவான புள்ளி அது.
ஆழ்ந்திருந்தது.
புள்ளி கூட இல்லை.
ஒரு மரு அளவு.
உடலில் ஒட்டியும் ஒட்டாமலும்.

தாமரை இலையில் மேல் துளி.
சொட்டு விழுகையில்
இறுகிய மெழுகைப்போல
கண்ணுக்குத் தெரியாததொரு
பூமத்தியரேகை போல
உயிர் ரத்தம் பருகிய
உந்திச்சுழியா?
இல்லை. வேறென்னமோ..

நீ என்னில் அதை எப்படி அறிந்தாய்?
என்னை எத்தனை பிறவிகளாய்
பின்தொடருகிறாய்

லேசாய் நிரடுகிறாய்
'பிடித்திருக்கிறதா' 'ஆம்'
வலிக்கிறதா 'ஆம்'
சிரித்து விட்டு
'இன்னமும் வேண்டுமா?'
'ம்'

முகமாறுதல்களின் வழிமட்டும்
ஆழிபிளந்து உள்மனசில்
இறங்குகிறாய்
கண்ணோடு கண்ணாய்
மட்டுமே
நேரிடுகிறாய்.

உணர்ச்சி துடைத்த
கல்முகத்தில்
மின்னல் நேரமாய்
சலனம் காட்டுகிறாய்.
சந்தித்த நாள் முதல்
இன்றுவரை அடியாழம் வரை
ஆராய்ந்துவிட்டு
காதலை அழுத்தி உரைக்கிறாய்
குமிழ்ந்து பெருகி நிறைபவளை
வியந்து.
why dear?
me?
But Why?
குழம்பி நின்று
அதிசயிக்கிறாய்
ஆழம் தொட்ட அதிசயமே
தெரிந்திராமல்..

அழுத்தமாய் உனது புள்ளியை
நிரடியபடியே சொல்கிறேன்.

We are connected.
ஊழ். விதி

இக்கவிதை அனுராதா ஆனந்தின் 'அனாமிகா என்ற பெரும்பூனை' சிறுகதையை நினைவுபடுத்துகிறது. இருப்பினும் நவீன தொழில்நுட்ப வாழ்வின் அபத்தத்தைப் பேசும் கவிதைகள் இவை.
கவிஞர்கள் எப்போதும் கனவு காணுபவர்கள். நனவிலி மனத்திற்கும் கனவுலகுக்குமாக இடையில் தொடர்ந்து சஞ்சரிப்பவர்கள். கவிஞரும் சஞ்சரித்துக்கொண்டே இருக்கிறார்.

காது மடல்கள் அதிர்வுற
துள்ளித் திரிந்த
அதே காதல்
கன்றின்
விறைத்த வெறுந்தோலுக்குள்
வைக்கோலைத் திணித்தபடி
இன்னமும் என்னை உயிர்த்திருப்பதாய்
இறுமாந்திருக்கிறது
அன்புசூழ் பெரும்வாழ்வு.

காதல் உறவில் பிரிவுக்குப்பிறகான Visual Hallucinations-ஐ பற்றிய கவிதை இது

ஊன்முகிழ் மிருகம் தொகுப்பின் பாடுபொருள் அகம் சார்ந்த ஏக்கம், தாபம், ஏக்கப் பெருமூச்சு, பெருங்காதல் என ஒன்றையே சுற்றிச்சுற்றி வந்தாலும் வாசிப்புக்கு சலிப்பை எற்படுத்தாத அலுப்பை ஏற்படுத்தாத கவிதைகள் சவிதாவினுடையவை. யாராவது ஒரு வாசகர் ஏதாவது ஒரு கவிதையில் ஏதாவது இரு வரிகளில் ஒரு வாசகத்தால் நிச்சயம் தன் காதல் வாழ்வை, கடந்த வாழ்வில்

இனித்துக் கசந்த வாழ்வை, கசந்தினிக்கும் வாழ்வை இத்தொகுப்பில் கண்டடைவார் என்று நம்புகிறேன்.
கோட்பாட்டளவில் கவிஞர் இத்தொகுப்பில் இயங்கினாரா என்று தெரியவில்லை. ஆயினும் சாதாரண எளிய சொல்லாடலில் உருவகங்களையும் உவமைகளையும் வெளிப்படுத்தும் யதார்த்தக்கவிதைகளையும் கலைத்து போடும் குணம்மிக்க பின் அமைப்பியல் கவிதைகளையும், கற்பனையின் சாத்தியத்திற்கு சவால் விடக்கூடிய கனவுலகின் இருண்ட பக்கங்களின் மாய யதார்த்தக்கவிதைகளையும் இத்தொகுப்பில் ஒரு தேர்ந்த வாசகன் கண்டடைவான் என்றே நம்புகிறேன். பெரும்பாலான கவிதைகள் உடல் சார்ந்த வேட்கைக்கான தாபமும், ஏக்கமும் கொண்டு எழுதப்பட்டிருக்கின்றன. இது கூறியது கூறல் வகையில் அடங்கும். இருக்கட்டும். திருவள்ளுவருக்கே கூறியது கூறல் நிகழ்ந்திருக்கிறது. அனுபவங்களை காட்சிப் படிமமாக்கி வாசக மனத்திரையில் வாசகரது சொந்த அனுபவங்களை நினைவு கூறச் செய்யும் வல்லமை கொண்டவை சவிதாவின் கவிதைகள். தொகுப்பு முழுவதிலும் ஒரு நுனிவிரல் தீண்டல் அதுவும் முகத்தைத் தீண்டும் நுனிவிரலுக்கான ஏக்கம் தொடர்ந்து கொண்டே இருக்கிறது. இணையத்திலும் முக நூலிலும், இன்ன பிற சைபர் ஊடகங்களிலும் நிறைய பெண் கவிஞர்கள் எழுதி வருகிறார்கள்தான். இது ஆரோக்கியமான ஒன்றுதான். ஆனாலும் கலை என்பது, கவிதை என்பது அது படைக்கப்படும் காலத்தோடு நிற்பதில்லை. காலத்தைத் தாண்ட வேண்டும். சவிதா காலத்தைத் தாண்டியும் கடப்பார் என்றே நம்புகிறேன்.

வாழிய நலம்
- தாமரைபாரதி

நாள்: 16.12.2022
இடம்: மூங்கில்துறைப்பட்டு

1.

யுக தவம் கலைந்ததில்
நினைவுறுத்தலின் முதல்படி
அவிழத் தொடங்கிய
வாசம்.
நுண்புலன்கள் விழித்தன.
வளைவுகள் சிலிர்த்தன.

திறவுகோலின்றி
நுழைபுலம்
திறந்தது.
திடமெல்லாம்
பதங்கமானது.
எய்துகோலின்றி
விறைத்த நாணென தோள்களிலிருந்து
கைகள் நீண்டன.
இரு விரல்களின் நடுவே அமிலங்கள்
தீப்பற்றிக் கொண்டன.

புரண்டதில்
வடதிசை உயர்ந்து
தென்திசை தாழ்ந்தது.

மூச்சுக் காற்றில்
விருட்சங்கள் தடுமாறின.
பாதிமூடிய விழிகளில்
வழிந்ததை நிரப்பவியலாது
கோப்பைகள் சுக்கலாயின.

பூத்து நின்ற சருமப்புள்ளிகள்
மயிர்கூச்செறிதலின் உச்சத்தில்
சலனமுறுகின்றன.
இன்னுமொருமுறை
காற்பெருவிரலால்
உந்திச்சுழி அழுத்தி
கின்னரத்தை நிறுத்துவாய்
தேவா..
பின் அருள வேண்டியது மரப்பாச்சியெனும்
விமோசனம்.

2.

கருநீலமென்கிறாய். 'நீலம் தவிர்'
நஞ்சுக்காட்டில் தேன்துளியை
நாவில் சுழட்டுகிறாய். 'தணலெரி'
மகரந்த தூசுகளில் படிமங்களை
சேர்க்கிறாய். “நீரில் கரை'
வெற்றிலைக்கோட்டை
வீணை நரம்பெனச் சுண்டுகிறாய். 'முழுதாய் நனை'
யுக சந்தி தோறும்
உறிஞ்சப்பட்ட மழைத்துளிகளை
உள்ளடக்குகிறாய் 'நெஞ்சில் அணை'
முழுதாய் நனைந்த பிறகே
முகத்தைப் பார்க்கிறாய் 'மீண்டும் வா'

3.

துருப்பிடித்த வாளொன்று.
இருப்பிலிருந்து நழுவிய
தளிர்க்கரமொன்று.
வெந்த பின்னும் தகிக்கும்
நீங்கா உயிரொன்று.
சிக்கலாய்ப்போன நூல்கண்டின்
அறுந்த நுனியொன்று.
பேதமை திரும்ப முடியா
பெரும்பிழை ஒன்று.

நீர்கொண்டு போன
அடர்நிறம் ஒன்று.
அறியாமல் கொய்து விட்ட
சிறுமலர் ஒன்று.

ஒன்று ஒன்றென கூட்டிக் கூட்டி
ஏதுமிலாத பூஜ்யமென
சீழ்கட்டி
வென்று முடித்ததாய்
பெயர் சூட்டி
ஒற்று மிகுந்ததாய்
விரிவாக்கி
பெயர்த்து வாழ்தலின்
ஒரு சுடரைத்தானா
திலகமென எனை
சூடச் சொல்லுகிறாய்?

4.

துரோகம் என்பது
தீஞ்சுவையில்
ஒரு துளி நஞ்சு.
வஞ்சம் என்பது
தொண்டை முழையில்
திரண்டு நிற்கும்
அதே ஆலகால நஞ்சேதான்.

5.

உடனடி உபாயமாய்
ஒரு தப்பித்தல்.
அவசரமாய் கரும்புதருக்குள்
மறைதல்.
அரூபமாய் நின்று கொள்ளல்.
ஆவேசமாய் பறந்து போதல். தன்னை மறைத்தல்.
சில்லிட்ட பனிக்கட்டியாய் உறைதல்.
சமதளமான வெற்றுக்காகிதமென முகம் பயிலல்.
ஏற்ற இறக்கமற்ற குரல் வெளிப்படுத்துதல்.
சமநிலை மாறாதொரு உடல்மொழி.
உள்நசுக்கும் எந்த பூகம்பத்தையும்
வெளிக்காட்டாதொரு தளர்நடை.
கை நீட்டுகையில் ஒரு வீராப்பு.
தலைகுனிதல் பயிலாத நிமிர்வு...
அசதியாய் இருக்கிறது.

6.

அபஸ்வரம்தான். ஆகாத்தியம்தான்.
படர்ந்த கூந்தலுக்குள்
நுழையும் விரல்களின்
முன்நோக்கிய அழுத்தம்தான்.
அழுத்தி உனைப் புதைத்துக் கொள்ளுமளவு
ஒத்திகை பார்த்திராத நாடகமும்தான்

பின்பக்கச் சுவரின் வலிமையில்
இடையில் இரையாய் என்னை
சிக்கவைத்த
உன் அகங்காரமும்தான்.
பிய்த்துப் போட்டுவிட்ட
சில மேட்டிமைத்தனங்கள்,
சில நகாசு வேலைகளின் சிதறல்கள்.
வெட்டித்திமிர் இல்லையெனினும்
நெஞ்சுயர்த்தி நிற்கிறாய்.

சாகசங்கள் கைவரப் பெறாதவள்

குழைந்திருக்கிறேன்.
ஆழத்தில் தங்கும் படிமமாய்
எதையுமே மிச்சம் வைக்காமல்
கூடித்திரியும் நகர் உலாவல்.
தோற்றப்பிழைக்கு சாத்தியமற்ற
நேர்விழி ஊடுருவல்.
அவ்வளவு சீக்கிரம் தெளியாதிருக்கட்டும்
தாபப் பித்து.

ஒட்டுமொத்த வாழ்க்கையும்
திரட்டி காகிதச்சுருளென
சாளரத்தில் எறிந்து விட்டு
மூழ்கிப் போயிருக்கிறோம்
முழுவதுமாய் மாறி மாறி
கண்டெடுத்துக் கொள்ள..
சாசனமொன்று வரைந்து கொள்.
கண்டறிந்து விட்டாலும்
சொல்லிக்கொள்ள வேண்டாமென.

7.

ஒரு வார்த்தை விளி.
ஒரு துளி மழை முத்தம்
ஒரு நிகழ்வு கணம்.
நிலையாமை நெகிழ்வு.
திடம் அலைப்புறு.
தேகம் நசியும் பேரலை.
துர்கந்தம் விகசிப்பு.
இறுக்கக் கட்டிக் கிணற்றில் அமிழ்த்து.

8.

நாட்காட்டி, நேரங்காட்டி என்பன
எத்துணை அபத்தம்.
யுகமாய் நீண்டுக் கொண்டேயிருக்கும்
அந்த நாளுக்கு என்றேனும்
இடைவெளி குறைந்திருக்கிறதா?
உந்திக்கழி கொண்டு தாண்டிவிட
வாமனனின் நெஞ்சிருக்கிறதா?
அஸ்வினி...
'வரலன்னா. நான் செத்ருவேன்' என்று
வெம்பும் போதாவது
ததாஸ்து சொல்.

9.

நெருங்கிக் கொண்டிருக்கும்
பசித்த ஓநாய்க்கு
பயமற்றிருத்தலில் திகைக்கிறேன்.
புசித்தேனும் புள்ளியாய்
கரைந்து போகும் நொடிக்கென
நழுவத் தொடங்கும்
இதயத்தை இறுகப் பிடித்தபடி
காத்திருத்தலில்
பிளக்கத் தொடங்குமோ
என்று பூமியைப் பற்றித்தான்
பயமெனக்கு.

10.

பிணந்தின்னி கழுகுகளுடனும்
வாழ்ந்த நேர்ச்சைகளுக்கு
மயிலிறகில் வாய்த்திருக்கிறது
சாபல்யம்.

துரத்திக்கொண்டேயிருக்கும்
துரோகங்களின் முன்
என்றேனும் அமர்ந்து
அருள்பாலிக்க ஆசை.
'பக்கம்தான்.. பேசாமலிரு ' என்கிறாய்

11.

ஸ்லிட்.. அப்படித்தான்
தொண்டை நரம்பை
அறுக்க வேண்டும்.

வெகு நேர்த்தியாக,
பயிற்றுவிக்கப்பட்ட,
பழகிக் கொண்ட,
செய்முறைக் கலையுடன்.
நேர்த்திதான் அதன் அத்தனை முக்கியம்.

தேர்ந்தொரு வார்த்தை
அதி முக்கியம்.
ஒரே முயற்சியில்
உயிர் கொண்டு போக
எத்தனை கடந்திருப்பேன்.
சதைத் துண்டங்களில்
மஞ்சளைக் கலந்த பின்
உங்களைப் பார்த்து
புன்னகையில் கொல்வேன்.
பின் சொல்வேன்.
'அதிதி தேவோ பவ'

12.

நீங்கித் தீராத கசப்பு.
நெல்லிக்கனியின்
நீர்குடிக்கும் கசப்பல்ல..
சுண்டை, பாகல் போல
புளி சேர்க்கும் கசப்பல்ல..
கீழாநெல்லியின் தொண்டைக் கசப்பல்ல
வேப்பிலையின்
வெறும் வயிற்றுக் கசப்பல்ல.
இது ஆலகாலக் கசப்பு.

என்றும் என்னை விடுவிக்காமல்
எதையுமே சுவைக்கவிடாமல்
மூளையேறி நின்றுகொண்டு
கத்திக்கொண்டே இருக்கும்.
திராட்சை பழங்களுக்கும்
காஜுகத்லிக்கும் கூட
இப்படித்தான்.

மண்டையிலிருந்து கசக்கும்.. கசக்கும்..
என சொல்லிக்கொண்டே இருக்கும்.

கசந்து போனபின் கரையேற
விட்டால்தான் என்ன?
விடாது. கைப்பையில் ஒளியும்.
காதருகில் கூவும்
கசப்பு.. கசப்பு.. கசப்பு..
அள்ளித் தின்னும் சர்க்கரைக்கெல்லாம்
அசங்காது. ஆளைத் கொல்லும்

ராட்சஷங்களில் காதில் ஒண்டும்.
ஒட்டுண்ணி.
இறந்த இரையின்
கண்கொத்தும் வல்லூறு.
மீறி மீறித் தொடர்ந்து மெல்லும்
ஒவ்வொரு துகளும்
கசப்பாய் மாறும் ஒருநாளில்
அதன் உண்மைப் பெயரை
அறிவீர்கள்
அன்று அது அடுத்த கசப்பை பிரசவிக்கும்.

13.

மோகம் மிஞ்சி
நஞ்சு சகதி வழிக்காத
பச்சைக்குழவியை
நதியில் எட்டாவதாய்
அமிழ்த்தப் போகும்வரை
வாய் திறவாதவன் நீ.
அப்போதும்
வாக்கை மீறியதாய் விட்டுப்போனவள்
நான்.
பின் எங்கே பிழைத்திருக்கும்
'செம்புலப்பெயர் நீரன்ன அன்புடை நெஞ்சு'

14.

அரூபன் நீ. அகம் வாழும் நாயகன்.
பெரும்நிறை.
மோகச் செந்தழல்.
நுனிவிரல் தீண்டலில் தவம் கலைக்கும் மாயோன்.
சிறகிலா தேவன். அணு ரகசியம்.
காதோர கிசுகிசுத்தலில்
சமநிலை குலைக்கும் வேடன்.
மீனின் பதைப்பை பொருட்படுத்தா
தூண்டில்காரன். மெய்ப்பொருள் மீட்பன்.
மிதந்தோங்கும் கந்தர்வன். பசித்த குழந்தை.
வியர்வை உட்கொள்ளும் பெருந்தாகம். தீரா வேட்கை.
வென்று கைக்கொள்ள முடியா சமர்.
விடியாதொரு கருக்கலின் வெள்ளி.
இசைக்குறிப்பின் தியாக பிரும்மம்.
திண்தோள் வலியன்.
வெடித்த நரம்புறும் முழங்கை திரட்சி.
வெம்மையுறும் பகலின்

பனிக்கூழ் இளைப்பாறல்.
மொத்த வாழ்வுக்குமான
சரண்புகல் நின்மார்பு.
குறை சமன்படுத்தும்
என் முழுநிறை.
நிறைக்க வந்த அமிர்தம்.
கடையோர எச்சிற் பண்டம்.
தீஞ்சுவை தேகம்.
பெரும் பசிக்காரன்.
கண்மூடினால்
இமைசூழும் நற்கனவு.
என் நல்லூழ் நீ.
மேய்ப்பன் நீ.
நான் செம்மறி.

15.

பிறழ்தலின்
கடைசிப்படியில்
நின்றுகொண்டிருக்கிறேன்
வெகுகாலமாய்.
கொண்டாட்டத்தின்
இறுதி அசம்பாவிதம்.
மலையேறும்போது அறுந்த கயிறு.
நள்ளிரவின் புரிபடா அழுகை.
பட்டமறுத்த சிராய்ப்பு.
கரங்களிலொழுகும் குற்றக்குருதி.
மைக்கருப்பு.
பாசியின் க்ஷண அலட்சியம்.
உடைந்ததின் கூர்முனை.

இப்படியே
தப்பித்தலின் சுவாரஸ்யத்தில்
இழந்தது சிப்பாய்களை.

வெட்டிக்கொண்ட
Xன் குறுக்குவெட்டு 0 முனையில்
தங்கியிருக்கிறது
நஞ்சுதோய் க்யூபிட்டின் அம்பு.
வெளிறிப்போன
தோல்களின் சொரசொரப்பு
கண்டபின் தினவெடுக்கிறது
தீர்த்துவிட.

ஒப்புக்கொடுத்த கரங்கள்
கன்னத்தை நிமிண்டும்
எடையிழந்த இடைவெளியில்
பிழைத்துப் போனால்
பெரும் பாக்கியம்.

16.

ஏழு பாதாளம்
ஏழு மலை
ஏழு கடல்
ஏழு ஜென்மம்
எட்டெடுத்து வைக்குமுன்
பலமுறை யோசி.
கட்டமைந்த புத்திக்குள்
கடுகுபோல் வாழும்
நிர்ப்பந்தத்துக்கு
மலர் சூட்டும் மங்கள நிகழ்வது.
மீள ஆசை இருந்தால்
நுவாவிடம் சொல்.
பாம்பென விட்டு வைப்பாள்.

17.

காதம்பரி.. ம்..
காத்திருக்கிறாயா.. ம்
கண்ணீர் வடிக்கிறாயா.. ஆம்
சிரிப்பாயா?.. நீ வருவாயா..
உயிர் தரிப்பாயா.. உடன் நிற்பாயா?
மேனி தகிக்குமா... தழல் கொண்டு வா.
நேர் நிற்பாயா.. நெகிழ்ந்துருக வேண்டுமா?
நிஜம் சொல்வாயா?... This message is deleted.

18.

உனைஅடையும்
வேட்கையினில்
வெளிச்சமேற்றி
அருள் புரிகிறாய்..
வீசும் நெய்யின் மணமும்
விளக்கின் ஒளியுமாய்
மிகச் சாதாரணதொரு வாழ்வை
ஒளியால்
நிரப்பியிருக்கிறாய்.

கண்கள் கூசுகின்றன.
கைகள் நடுங்குகின்றன..
தாங்க தெம்பில்லாது
நிலை தடுமாறுதலில்
கைப்பிடி பலம்
உனது கருணை.
மேலும் மேலுமாய்

பூக்களை வாரி இறைத்துக்கொண்டு
சிரிக்கும் ஒலி
உனக்கும் கேட்டிருக்கும்.
அடர்ந்த பச்சையில்
பொன்சரிகை மின்ன
கைத்தலம் பற்றி
நடக்கும் பிரகாரங்கள்
விரிந்தே இருக்கின்றன
நமக்கு மட்டுமாய்.

இறையென்பது உன்னுள்
உறையும் இசை.

இசைவழிப்படூஉம் மாந்தளிர் நான்.

19

அசைத்துப் போகும்
நெடுந்தொடர் வண்டியின்
அப்பர் பர்த்தில்
துணுக்குறும் தூக்கம்.
நிறுத்தங்களில்
நிறைவேற்றிக்கொள்ள முடியாத
நிர்ப்பந்தங்களை
விழுங்கிக் கிடக்கும் உடல்.
பயணமென எதைக் கொள்வேன்?

முன் நிற்கும் இஞ்சின்
பின்வழியே கடக்கும்,
அரவத்தின் வால் தின்னும்
வாய் போலொரு சுழலில்
எப்புறத்தில் நின்றுகொண்டு
இம்சிக்கிறாய்.

தெளிந்து மங்கும்

நெளியுருவங்களுக்கு
நட்சத்திரத் தெறிப்பை உணரும்
மூளை மடிப்புக்கு எதற்கிந்த
உத்வேகம்.
ஒருவிரல் கொண்டு முழுமுகம்
அளக்கும் மாயத்துக்கு
பதிலாய்
வெண்டை தலைப்பாகம்
நறுக்கும் கூர்மைக்கு
என்ன பதில்.

தொடைகளில் நடுங்கும்
சிறு பூகம்பத்துக்கு
நிலம் நீட்ட முடியாததன்
அறியாப்பிழை உனது.
முகம் பத்திரமாய் இருக்கிறது.
அந்த நன்றிக்கடனுக்குத்தான்
ஒப்புவித்திருக்கிறேன்
முழுதாய் ஒரு வாழ்க்கையை.
சரியான நிறுத்தத்தில்
இந்த முறையும்
இறங்கப் போவதில்லை.

20.

நானும் நீயும்
நிகழ்காலமல்ல
சஷாங்கன்.
இறந்த காலத்தின்
மிச்சங்களுமல்ல.
இருவரும்தான் காலம்.
நான் எதிலோ மோதி உடைந்த மிச்சத்துண்டு.
பற்றுவதற்கென ஆழ் இருளில்
பிரபஞ்ச வெளியில்
உனைத் தேடும் பிடிமானமற்றவள்.

பெரும்பாகம் நீ.
தேவி நான்.

21.

தீண்டும் திடப்பொருளெல்லாம்
எனது உருவெனவும்
விழுங்கும் திரவமெல்லாம்
மோகமெனவும் கொள்.
சூழ்ந்தும்
உட்சென்றும்
எந்நேரமுமாய்
காற்றென வியாபித்திருக்கும்
அணங்கு நானே
சஷாங்கன்.

22.

இன்னும் எத்தனை ஜென்மமாய்
காத்திருக்கப் போகிறாய்.
அன்று வாளை நீ
கீழிறக்கியிருக்கக் கூடாது
சஷாங்கன்.
கூரிட்ட பற்களினால்
குருதியுறிஞ்சி
உயிர்கொள்ள ஏதுவானதென்
மென்கழுத்து.

ஆண்ட தேவன்
அடிபணியும்
சறுக்கலில்
மனம் தடுமாறி
மறுதலித்திருந்திருப்பேன்.
ஜென்மங்களின் ஈவு
மேலும் மேலுமாய்
எடையுறுகிறது.

நொடித் தயக்கமின்றி
சிரமரிந்தவனுக்கு
இதயம் கொய்ய
இடையில் நின்றதெது தேவனே.
பூர்ண சௌந்தர்யம்
புத்தெழில் தேவதை என நீ
பிதற்றியதில்
ஏறிய திமிர்
இன்னமும் அடங்காமல்
நஞ்சேறிக் கிடக்கிறது.

மிகச் சாதாரணங்கள்
நமக்கு எடுபடா.
துள்ளத் துவளத் துடிக்கும்
மீனின் உயிர்மீட்சி
நமது வேட்கை.

உனது தேவி நான்.
எனது
சாபல்யம் நீ.
பத்திரம் பத்திரம் என
முடிந்து வைத்திருக்க
முடியாது இனி.
அதே வாளுடன்
சிறையெடுத்துப் போ.
முன்னெப்போதும்
இல்லாத அளவு
திரண்டிருக்கிறது
என் ஊன்.

தேவி

23.

நாவினில் ஒரு சொட்டு சேர்.. நஞ்சே..
பாலினில் ஒரு சொட்டு.. குருதி விடு
வீதியில் ஒரே ஒரு.. கொலை.
ஒரே ஒரு வைக்கோற்போர்.. எரி
தாமரையிடைக் குளம்.. நரகல் இடு.
பீலிசெய் எழில்- அமிலம் ஊற்று.
பின் சொல்.
காதல் அமுதென்று.

24.

என்னவாக மிஞ்சியிருப்பேன்
உன்னிடம்.
ஓர் அரிதாரமும் ஆவதற்கில்லை.
பூணுவதற்கான
பேரெழில் ஆபரணங்கள்
அவசியமேயில்லை.
மதர்த்த சாகசங்கள்
எடுபடா.
நல்ல என்ற அடைமொழிக்கு
உன் இலையில்
இடமே இல்லை.
தோலுரித்தபின்
கசாப்புக் கடையில்
தொங்கவிடப்படும்
மாமிசம்.
பிணவறை மேஜை

சவமென பல சமயம்.
கவனமாய்க் கரைத்து விட்ட
சுடுகாட்டுச் சாம்பல்
எனது இறந்தகாலம்.
புழுவுக்குத் தின்னக் கொடுக்காது
சுகமாய்
அனலில் அவிந்துபோன
ஞாபகக் குப்பைகள்.

பெயர்த்து அடிபணியக்
காத்திருப்பதில்
வேரோடிப் போயிருக்கும்
பாதங்கள்.
நிறைசூலியாய்
கனத்துக் கிடப்பதில்
நெஞ்சமுத்தும்
உன்மீதான ஆவல்கள்.

சூழும் வெள்ளத்தில்
இலையெனதான் பயணம்.
சலனமும் சஞ்சலமுமானதோர்
இருட்பாதை.

மின்மினியாய் துணை செய்கிறாய்
எப்போதேனும்.
சூரியனாய்
நிறைத்துக் கொள்ளும் பகல்தான்
என்னுடையது.

கடக்கத்தான் வேண்டும்
இப்படியே

மொத்த வாழ்வையும்.

காலச்சக்கரத்தின்
ஆரங்கள் கருணையற்றது.
அகழ்ந்து எடுத்தபின்
புதைந்த வருடம்தான்
சொல்லக்கூடும்.

என் காத்திருப்பை
என் பெருங்காதலை
என் இரவுகளை
மேனி தொட்ட மழையை
தேகம் உணர்ந்த வாதையை
மூச்சடைத்த மோகத்தை
நெளிந்த வளைவுகளை
தழுவிப்போன வாடையை
தகிக்கும் இந்த கூதலை

உன்னிடம் யார் சொல்வார் சஷாங்கன்?

25.

ரோமமடர்ந்த விலங்கு அது.
விழிகளில் வேட்கை
மின்னும் மிருகம்.
தீஞ்சுவைக்கென
தீயிலிட்டு சுடும்
ஊனை உண்ணப் பழகியது.

வேஷமிட்ட மான்களை
வேட்டையாடுவதில்லை.
பசியின்றி புசிப்பதில்லை.
இரை கிடைக்காத நேரத்தில்
ஒற்றைக்கால் ஊசி முனையில்
தவமியற்றும்.
லேசாய் சீண்டினால்
ஒற்றைக்கையால் ஓங்கி அறையும்.

தீக்கங்குகளில் சொல்லிட்டு இறைக்கும்.
செம்மறியாய்

வழிதவறி நின்றதைக்கூட
பெரிதாய் கண்டுகொள்ளவில்லை.
பலியாய்
முன்னொடுங்கியிருந்தவளை
முழுக்கண்ணால்
இப்போதுதான்
பார்க்கத் தொடங்கியிருக்கிறது.

எந்த சலசலப்பிலும்
உயிர்விடாத
செம்மறி
கழுத்தை அண்ணாந்து
காட்டியபடி பலிகொள்ள
இறைஞ்சிக் கொண்டிருக்கிறது.
மிருகம் நீர்சொட்டும் நாவுடன்
பாயத்தொடங்கும்.
'மகிழ்ந்து உண்' என மல்லாந்திருக்கிறது
முக்தியென
முழுமை பெற.

26.

உறையும் உடலும்
எழும்பும் உணர்வும்
விரும்பும் நுகர்வும்
மிகச்சீராய் பொருந்தும்
பற்சக்கரங்கள்.

இயக்கமாய் முடுக்கும்
முன்பகல் ஏக்கங்களுக்கு
உயவெண்ணெய் விட்டுக்கொண்டிருக்கிறது
கவளங்களை விழுங்கும்
உன் தொண்டை முழை.

கடித்த முக்கோணத் துண்டென
கவ்வச் சொல்லும்
ஆதம் ஆப்பிள்.
மோவாய்க்கு நெருக்கமாய்
அசையுறும் நரம்புகளின் லயம்.
தேர்ந்த இசைக்கோர்வை நாட்டியம்.

மெழுகுச்சொட்டில்
சிந்திய உஷ்ணத்தில்
லேசாய் அவிந்த
சிதையின் மணம்.
எரியக்கொடுக்கும் உடலுக்கும்
பாதியில் எழுந்தமர்ந்த
திடுக்கிடலுக்கும்
நடுவில் நின்றிருக்கிறது
சென்னிசூடி அமர்ந்திருந்ததோர்
திருமுகம்.

தாச பாவத்தில் வாழத்துடிப்பவளுக்கு
தசையிழுபடுதலன்றி
பிறிதொன்றும் வாய்ப்பதில்லை
எரிசிதை ஏகும்வரை

27.

வட்டத்தில் அடங்காத சதுர மிச்சம்
நாசியின் முக்கோணக் கூர்மையும்
இமைகளின் லேசான பள்ளமும்
நிரவிப்போனதாய்
நினைவின் ஈரங்கள்.

இரு நாசிகளும் இடிபடாது
கச்சிதச் சாய்கோணத்தில்
தேர்ச்சி உனக்கு.
விரல்களில் சிக்கும் குழல்கற்றை
உதட்டிலிருந்து வலிந்த
கவனத் திருப்பல்.

காலவிதிகளுக்கு எதிரான
கண் மயக்கம்
முயங்கிவிடுவதற்கான
ஆயத்தம்.
அடுத்த குறிப்புக்கு

முந்தைய ஸ்வரம்.
மீட்டுதலின் சப்தக்கேடு

சிக்கிக்கொள்ளும்
உள் உதட்டுச்சதை.
அழுத்தித் துடைக்கும்
பூர்த்தி கணத்தில்
சிலிர்த்துத் துளிர்க்கும்
புன்னகையின் துளி
முத்த முழுவதற்குமான
வெகுமானம்.

28.

பிரியத்தின் வாதைகள்
பெருஞ்சாபத்தில்
விளைந்தவை..
விமோசனத்திற்கேதும்
வழியில்லை தேவ.
கொல்லும் அன்பினில்
முத்தங்களைத் தவிர்ப்பாயாக.
சற்றே வேகமாய் இறங்கட்டும்
உயிர்க்கொல்லி.

29.

விரல்நுனிகளால்
பொத்துப்போன துளைகளெங்கும்
விழைவு நீர்
பாய்ந்து பாய்ந்து
ஓடுகையில் அசைவற்று
நிற்கிறது அன்றாடங்கள்.

செயல்கள் மரத்துப் போகையில்
உன்னை நோக்கி எழுதப்படும்
குற்றப் பத்திரிக்கைக்கு
ஒரு எழுத்தேனும் பதிலற்றவன் நீ.
நேசக்கதவை அழுத்தி மூடி
நாற்புறமும் பூசி மொழுகிய பின்னும்
பாறையிடுக்கின்
சிறு தாவரம் நான்.
பின்மண்டையில் கூச்சலிடும்
குரல்களை அடக்க

வாள்வீசி
போராடிக் கொண்டிருக்கிறேன்.

ஒட்டுமீசை
அவிழ்ந்து விழுந்ததாய்
வீறிட்டுக் கொண்டிருக்கும்
சிறுபிள்ளையின்
கோபமாக
புறந்தள்ளுகிறாய்.

காதுமடல்களில் கூசும்
கணநேர ஈரத்துக்குத்தான்
இத்தனை பேசவைக்கிறாய் எனில்
மொத்தமாய் விலைபேச
தேவை
இன்னும்
எவ்வளவு மொழி?

30.

எப்போதோ பதிந்து விட்ட
வரைபடத்தைத் தாண்டி
எட்டி வைக்க முடிவதில்லை.
பூத்தலென
முடிவெடுத்துவிட்ட பின்னும்
ஆரம் சிறிதும்
நீண்டு விடாமல்
கச்சிதமாய்த்தான்
வரையப்படுகின்றன வட்டங்கள்.

நீட்டலுக்கும் மழித்தலுக்கும்
விதிகளை தளர்த்திய பின்னும்
புறத்தலையும் முடிக்கற்றைகளை
சீர்ப்படுத்திய
பின்னரே முகம் பார்க்கிறாள்.

நீரலையும் ஆழிப்பரப்பில்
தத்தளித்து

தேங்கிக் கொண்டிருப்பதைக் கூட
சட்டத்தில் அடைக்க முடியும் உத்தியும்
அடக்குதலின்பாற் பட்டதுதான்.

ஆனபோதும்
செம்மறிக்கும் சிலசமயம்
தேவையாயிருக்கிறது
தடம் பதியா
புற்பாதைகள்.

31.

காது மடல்கள் அதிர்வுற
துள்ளித் திரிந்த
அதே காதல்
கன்றின்
விறைத்த வெறுந்தோலுக்குள்
வைக்கோலைத் திணித்தபடி
இன்னமும் என்னை உயிர்த்திருப்பதாய்
இறுமாந்திருக்கிறது
அன்புசூழ் பெரும் வாழ்வு.

32.

நட்ட நடுவான புள்ளி அது.
ஆழ்ந்திருந்தது.
புள்ளி கூட இல்லை.
ஒரு மரு அளவு.
உடலில் ஒட்டியும் ஒட்டாமலும்.
தாமரை இலையின் மேல் துளி.
சொட்டு விழுகையில்
இறுகிய மெழுகைப் போல.

கண்ணுக்குத் தெரியாததொரு
பூமத்திய ரேகை போல
உயிர் ரத்தம் பருகிய
உந்திச்சுழியா?
இல்லை. வேறென்னமோ..

நீ என்னில் அதை எப்படி அறிந்தாய்?
என்னை எத்தனை பிறவிகளாய்
பின்தொடர்கிறாய்?
லேசாய் நிரடுகிறாய்.
'பிடித்திருக்கிறதா' 'ஆம்'
வலிக்கிறதா' 'ஆம்'
சிரித்து விட்டு
'இன்னமும் வேண்டுமா?'
'ம்'

முக மாறுதல்களின் வழி மட்டும்
ஆழி பிளந்து உள்மனசில்
இறங்குகிறாய்.

கண்ணோடு கண்ணாய்
மட்டுமே
நேரிடுகிறாய்.

உணர்ச்சி துடைத்த
கல் முகத்தில்
மின்னல் நேரமாய்
சலனம் காட்டுகிறாய்.
சந்தித்த நாள் முதல்
இன்றுவரை அடியாழம் வரை
ஆராய்ந்துவிட்டு
காதலை அழுத்தி உரைக்கிறாய்.
குமிழ்ந்து பெருகி நிறைபவளை
வியந்து.
Why dear?
Me?
But Why?
குழம்பி நின்று
அதிசயிக்கிறாய்.
ஆழம் தொட்ட அதிசயமே
தெரிந்திராமல்..
அழுத்தமாய் உனது புள்ளியை
நிரடியபடியே சொல்கிறேன்.

We are connected.

ஊழ். விதி.

33.

முழுதாய் தின்ன
முத்தமொரு நேரடி உபாயம்.
தலையைச் சுற்றி
மூக்கைத் தொடுவதாய்
இப்போதுதான் பார்வைகளால்
ஆரம்பித்திருக்கிறாய்.

முழுக் கொள்ளளவின்
சூத்திரம் அறிந்திருக்கிறாயா?
நேரத்துக்கு பதில்
ஆண்டுகளோ மாதங்களோ
மாற்றிக்கொள்ளும்
வசதி இருக்கிறதோ?

விழுங்கியபின் ஜீரணிக்க
அசையாது கிடக்கும்
மதர்த்த மலைப்பாம்பின்
ஒருநாளைய கிடத்தலில்
அவசரப்பட்டு
ஆட்கொல்லியென முடிவுக்கு வராதே..
மறுபடி பசிக்கும்வரை
கல்லாய் சமையும்
மரகதப் பதுமை நான்.

34.

சலனமற்று முடியப்போகும்
இந்த இரவின் இறுதியில்
உலுக்கும் பேரொலியுடன்
விழுங்கப் போகும்
தினத்தின் நியதிக்கு
ஒப்புக்கொடுக்கும்
உடலைக் கண்டால்
அசூசையாய் இருக்கிறது.

மனசுக்கில்லையாயின்
உடலுக்காவது.
அந்த சொல்லைக்
கொஞ்சம் உணர்தலுமில்லை
இரண்டுக்கும் உள்ள இழையை
அறுத்தலுமில்லை.
மீனின் தலை எனவும்
வால் எனவும்

இருவேறு இயக்கங்களில்
பேதலித்துக் கிடக்கும்
உடலுக்கு என்றேனும் சொல்ல வேண்டும்
மொத்தத்துக்கும்
நீதான் உரிமை என.

உடலென்பது
மூளையையும் இதயத்தையும் சுமக்கும்
காற்றடித்த வெற்றுப் பை என
யாரோ சொன்னதை நம்பி
அத்தனையாவது முறையாக
மறுபுறம் புரண்டு படுக்கிறது.

விழுங்கத் தொடும் அன்றாடத்தின்
வாயினுள் நுழையத்
தலைப்பட்டதில்
மென்சிரிப்பில்
புலரத் தொடர்கிறது
மற்றுமொரு நாள்.

35.

இடக்கரடக்கலாய்
ஒரு வார்த்தை
சிதறித்தான் விட்டது.
இந்த இடக்கரடக்கலை
நாவில் மெல்லுமளவு
கடினமானதுதான்.
இ.. என ஆரம்பித்து டக்க..ர...டக்..கல்..
முடிக்கும்வரை
அத்தனை
வல்லினமாய் அழுத்த நேர்ந்த
மெல்லிய நாவின் நிலை கண்டு
வருந்துகிறேன்.

சிதறிய வல்லினங்கள் அறையெங்கும்
விரவிக் கிடக்கின்றன.
இறகு, இலகு இப்படியான
மெல்லினத்துடன் கூடிய
வல்லினமெனில் அத்தனை
பட்டவர்த்தனமாய் இல்லை.
நீ
வல்லினமாகவே இருத்தல்
இயல்பாகவே இருக்கட்டும்.

இழையும்போதும்
இடை குழையும்போதும்
மெல்லினமென நெகிழ்ந்து கொள்

36.

சிதறுண்ட கூலமென இருந்தவளை
ஒற்றைவிரல் தடவலில்
கைப்பிடிக்குள்
இறுக்கிக் கொள்கிறாய்..
உள்ளுறைந்த
விருட்சத்தின் வேட்கை
உன் தட்பவெப்பத்தில்
ஓங்கிக் கொண்டிருக்கிறது..

ஆகக் கடினம் நீ.
ஆழ்ந்த கடினம் நான்.
மேற்பூச்சுகள் உடையாவண்ணம்
மிக மென்மையாய்
மோதிக்கொள்கிறோம்.
வெண்பளிங்குத் தூணில்
சாய்ந்து கொள்ளும்
ஆதுரம் போல்

ஒவ்வொரு முறை
எனை விளித்தலுக்கும்
உணர்கிறேன்.
இறுகியே கிடந்தவளை
பட்டுநூலின் மென்மையென மாற்றும்
ரகசிய ரசவாதம்தான்
நீ.

ஒப்புக்கொடுத்தலுக்கு
அஞ்சிக்கொண்டே
நிலையழிந்து கொண்டிருக்கிறேன்
உன் ஆளுமையில்.
வளர்சிதை மாற்றத்தின்
முதல் படி
சிதைதல்தானே..

37.

நனைதலில் ஒரு துளி
விழுங்குதலின் முதல்படி,
தொடங்குதலின் ஆதிச்சுழி
சுழலுதலின் முன்னெடுப்பு
சுழற்றுவதின் உந்துதல்
உள்பெருக்கெடுக்கும் நதியின்
கன்னிப் பிரவாகம்
உருகத் தொடங்கும் தட்பம்,
பயணிக்கத் தொடங்கும்
நான்கு இதழ்கள்,
ஒருநொடி தேங்கி
மறுநொடி ஆக்ரமிக்கும் மூர்க்கம்,
அடைவதற்கு ஆயிரங்காதம்
மிச்சமிருப்பதாய்
பின்னங்கழுத்து அழுத்தம்,

இத்தனைக்கு நடுவிலும்
உன்விழி தேடி
பொருந்திக் கொள்வதில்தான்
அறிந்து கொள்கிறேன்
எனக்கே உரித்தான
உன் தாபத்தை.

38.

அந்தந்த நேரத்து வியாக்யானம்
காதலின் தாத்பரியம்..
இழுத்து வந்து ஒட்டி
காபந்து செய்த பின்னும்
ஒட்டாமல் பிரிந்துவிழும்
சுவரின் செதில்கள் போன்றே
நேரங்கடந்த பின்
சேராமல் போகும் நேசங்கள்.

பசித்த வயிறுக்குச் சோறும்
ஏங்கிய இதயத்தின் தேவையும்
மீறலின் திறவுகோல்..
மட்கிப்போகும் சருகின் நெடியில்
அடர்ந்திருக்கும் கரும்பச்சை நிறத்தில்
பாழடைந்து கொண்டிருக்கும் மாளிகையின்
தனியொரு வாசமாய்
வாழ்ந்திருக்க விதிக்கப்பட்டதே
முற்றிய காதலின் நியதி.

வண்ணச் சிதறல்களின் வழி வந்திருந்த
ஒற்றை வழிப்பாதை
இங்குதான்
முடியுமெனில்
யார்தான் அடியெடுக்க ஏலும்?
நீட்டும் பலூனை
விழிவிரியப் பார்க்கும்
குழந்தையின் ஆவலில்
வந்துவிட்டவளை எப்படியேனும்
கடைத்தேற்ற வேண்டும்..

39.

சுழன்று சுழன்று உன்னிடம் திரும்புதலென்பது
அத்தனை ஆதுரம்..
தவித்திடும் ராகங்களின் பேதமாய்
நானிருப்பினும் நீ எந்தன் ஆதார ஸ்ருதி.
உள்நாக்கில் தித்தித்தேயிருக்கும்
உடைந்த உனது பெயரின் இனிமை.
நானடைந்த தூரங்களின்
மையப்புள்ளி நீ..
திண்தோளில் முகம் தாங்கும் பெருங்கருணை நீ.

மரபு உடைத்தோடும் புதுப்புனலின் நவீனம்.
அலைப்புறும் மனதை
ஒரு சொல்லில் அடக்கும் வசீகரம்.
தாகத்தை உனதாக்கி
உட்கொள்ளும் தீவிரம்.

அடைக்கலம் தர விரிந்திருக்கும்
நெஞ்சோரம் சாய்ந்து விழியுயர்த்தி
பார்க்க ஏதுவானதொரு உடல்மொழி.

நிறைநேர் நெஞ்சே..
என் முழுமையுறா பாதியின் நிறையே..
ஊன்முகிழ் மிருகமே

இழுத்துக்கொண்டே
அலையும் இந்த இரவு
உன் விடியலின் ஓரத்தில்
எனை நிறுத்திப்போகக் கடவதாக..

40.

மீள மீள கரம் நீட்டியிருக்கிறாய்.
விடாமலே
விரல்களைப் பிணைத்திருக்கிறாய்.
விரல்கள் வனப்பானவை.
நீண்டவை
சீராய் செதுக்கப்பட்ட நகங்கள்.
நகவளையத்தின் கீழ் சிறு பூனைமுடிகள்.
இளஞ்சூடான பாதுகாப்பான
சற்றுப் பெரிய கைகளால்
பொத்திக் கொள்ளும்
காதலினை
விழிமூடாது பார்த்திருப்பேன். .

ஆதுரத்தின் அடிவான எல்லைக்கு
இது போதும்தான்.
கைவிரல்களைத் தாண்டி
பெருங்கனவொன்றெல்லாம்

காணக்கூடாதல்லவா?
முகத்தை யாசிக்கும் போதெல்லாம்
மணிக்கட்டு நரம்பில்
உயிரறுந்து போகிறது.

வினாடியில்
இவ்வுலகம் தொடர்பற்று
எட்டி நிற்கிறது.
ப்ரக்ஞையற்று
வீழுமுன் முகம் மறக்குமென
பயமெனக்கு.
தாண்டிப் பிழைத்தால்
முதலில் கைகளைக்
காட்டுவாயாக.

41.

காலில் கட்டப்பட்டுள்ள
இரும்பின்
கனமெனத் தூக்கிச் சுமக்கிறேன்
பிரிவுத் துயரங்களை.
நாளும் பொழுதும்
துடைத்தெறியப்பட்ட
டிஷ்யூ பேப்பராய்
இலகுவாயிருந்தன
கூடித்திரிந்த காலத்தில்.

காலதேச வர்த்தமானங்களுக்கு
வேலையிருந்ததில்லை.
அட்சங்களும் தீர்க்கங்களும்
கோடிழுத்ததில்லை.
ஒற்றை வானத்தை
நிமிர்ந்து பார்த்து
பருகிக் கொண்டிருந்தோம்

போகப் பொழுதுகளின் கனிரசத்தை.

ஒற்றை விரல் தடவலில்
உயிர்கொண்டுபோன
ஊழித்தீ தானே
நம் வேட்கை.
விளிச்சொற்களை பூக்களென
ஏந்திக்கொண்டு
உனை நோக்கி நடக்கையில்
அத்தனை சுடவில்லை
காலக்கனல்.
கசகசத்த புழுக்கத்தில்
கோடைமழைக்கென
அண்ணாந்திருக்கிறாய்.
குளிர்விக்க அனுப்பியிருக்கும்
டிஜிட்டல் பூக்களில் ஈரமில்லை.
ஆலோலமும் பூபாளமும்
இணைகின்ற புள்ளியில்
குவிந்த பெருவிழைவு
நம்முடையது.
தேவ தேவ.
தாகங்கள் குறைக்காமலிரு.
மோகக் கொண்டலாய்
திரண்டு கொண்டிருக்கிறேன்.

42.

நடுவானப் புள்ளிக்கு
வந்து நாளாயிற்று.
செப்பனிடாத பாதையின்
நீட்டிய கரமென
உணர்ந்தது
முதற்பார்வையில்.
பிறகு வலம் வந்தாயிற்று
பல்லாயிரம் காதங்கள்.
சுற்றிச் சுழன்று
விதிப்பயனில்
வெறுப்புற்று
திரும்பச் சேர்ந்திருப்பது
முள்ளாய் படர்ந்திருக்கும்
உன் மோவாய் நுனியில்.

43.

நிழலை மட்டுமே
உலகம் விரும்புகிறது
வெயிலை நேசிப்பது பற்றி
எப்படி புரிய வைத்தாய் எனக்கு?
புல்லின் பனித்துளிகள்
ஆவியான நேரத்தில்தான்
அகோரியின் பசியைப் பற்றிப்
பேசிக் கொண்டிருந்தோம்.

மழை வந்து வளர்க்கவில்லை எதையும்.
கசகசப்பும் நெரிசலும் மிகுந்த
சாலைகளின் ஓரங்களில்
மின்சார ரயிலின் அவசரங்களில்
உப்புக் காற்றின் புழுக்கங்களில்
உறுத்தும் மண்துகள்களின்
நரநரப்பில்
நிறைந்து பெருகியது.

ஒரே புள்ளியில் குவிந்ததைக் கண்டு
வியந்து மாளவில்லை.
பேசித் தீர்த்தாற் போலும்
அலுத்தாற்போலும்
சலிப்பு தட்டிய பாவனைகள் கூட
அரங்கேறவில்லை.
உணர்ச்சி துடைத்த கல் முகத்தில்
என்னைக் கண்டதும்
பொங்கும் பிரவாகத்தில்
முத்தெடுத்த களிப்பெனக்கு.

சாதாரண சலித்ததொரு
வாழ்வில் சரிகை இழைத்த
ப்ரியத்துக்குதான்
காதலெனப் பெயரிட்டிருக்கிறோமா?

44.

முயலும் சில பிரயத்தனங்கள்
மட்கிப்போனதை
மலர்த்தும் பாவனை.
சொரசொரத்த
ஆறாத ரணங்களில்
களிம்பைத் தவிர்ப்பது கண்டு
எரிச்சலுறக் கூடும்.
அருவருப்புக்கு அஞ்சி
மறைக்கையில்
சீழ் நிறைந்து போகிறது.

கீறியபின்
வெளியேறும்
வெள்ளை அணுக்களிலும்
சுடு கத்தியின் நேர்கீறலிலும்
உன்னிலிருந்து மீளப்போவதாய்
ஓர் ஓரங்க நாடகமெனக்கு.
திரை எழும்போதெல்லாம்
திட்டுத்திட்டாய் பூசிய
ரோஸ் பவுடரில்
மின்னும்
ஜிகினாக்களுக்கு
காதலென்றே பெயர்.
வேரில் சுடுநீர் வார்த்த பின்
மலர்களின் வாசம்
சாத்தியமற்றது.

45.

தவறிப் போன பாதைகளின்
தடம் இன்னும் அழியவில்லை.
உன் பாதங்களை
நெஞ்சில் தாங்குவதற்குமுன்
நெருஞ்சிகளுக்கெல்லாம்
ஆயத்தமாய் நான் இருப்பது
அத்தனை வலிக்கிறதா
உனக்கு?

சிறுகல் பொறுக்கி
மணல் நிரவி
இருமருங்கும் இசை முழங்கும்
ஒருவழிப் பாதையின்
கடைசி நிறுத்தம் நான்.

ஒற்றைப் பாதம் அழுத்திய
உப்புப்பாறை தவத்திற்கு
உன் தரிசனமன்றி

வரமேதும் கேட்பதாயில்லை.
வந்துசேரும் நொடியை
ஓராயிரம் முறை
ஒத்திகை பார்ப்பவனுக்கு.

இது
விலகலில்லாத அணுக்கம்.
அறுவடை காணாத செழிப்பு.
நீர்த்துப் போகாத கூழ்மம்
ஒளி குறையாத மெய்மை
அலுத்துப் போகாத ஆடம்பரம்
மயிர்கோதும் நளினம்.
முகம் வருடும் நுனிவிரலோடு
மொத்தமாய் பிணைத்துக் கொள்ள
காத்திருக்கும் கரங்களின்
தவிப்பு.
இப்போதைக்கு தேவையெல்லாம்
ஒரு பயணச்சீட்டு மட்டுமே.

46.

காத்துக் கிடப்பது விடியலுக்கல்ல.
நிலவற்ற,
விளக்கற்ற கருமைக்கு.
அசைவற்ற தனிமைக்கு.
துழாவும் வெறுமைக் கரங்களின்
அமைதிக்கு.
தேடும் விழிகளின் அயர்தலுக்கு.
ஓயாத மனிதர்களின்
தேடலுக்கு இது
அலுத்துக் கொள்ளும்.
மூழ்கிப் போகிறவர்களை
நெஞ்சில் அமர்ந்து
ஆழ அமிழ்த்தும்.
உயிர் உருவிப் போட்டு
பைசாசமென உருமாற்றும்.
இரண்டு கோப்பைகளில்
சொர்க்கமேற்றும்.
விழி அழுந்த
சுய பரிதாபத்தில்
தன்னிலை
குலைக்கும்.
குரலெழுப்பாமல் கூக்குரலிடும்
மனதைப் பரிசளிக்கும்.

பணம் மறுத்த வேசியைப் போல்
குற்றவுணர்வை
குமிழியுடைத்துப் போகும்.

பொத்துக்கொண்டு வழியும்
கண்ணீரை,
ரத்தப் பிசுபிசுப்பை,
வெக்கையை,
விரகத்தை,
வெதும்பலை,
வெஞ்சினத்தை,
தொலைத்துப் போன இனிமையை,
வீணாகும் இளமையை,
துரோகங்களை,
வகையற்ற வஞ்சத்தை,
வெற்றுப் பிடிமானங்களை,
எரிபொருளென மேல் ஊற்றி
தழலென தன்னையே
எரிக்கச் செய்யும்.
நீண்டுகொண்டே போகும்
நிதமும் கொல்லும்
தாள் பணிந்து
கதறச் செய்யும்
மீட்சி இல்லாது
வீழ்த்தும்
இந்த யட்சிக்கு
இரவெனப் பெயர்.

47.

ஒட்டிக்கொண்டுதான் விட்டது.
மிக நன்றாகவே.
விரிசல் கோடாகவேனும்
மிச்சமிருக்குமென
நம்பியிருந்தேன்.
நதியில் கலந்த குவளை நீரென
இரண்டறப் புகுந்துகொண்டு விட்டேன்.

சலனங்களாய்
நமது தீண்டல்கள் மட்டுமே.
மௌனமாய்
பாடிக்கொள்ளும்
ராகங்கள் கூட ஒன்றேதான் என
அறிய நேரும் தருணங்கள்
ஜாமத்தில் நாசி துழாவும்
பவளமல்லியின் வாசம்.

அரூபமாய் நின்றுகொண்டு முடிச்சிடும்

விதியின் கைகளுக்கு
இடவேண்டும் ஒரு வைரக்காப்பு.
நீலமே பழகியிருந்தும்
புலரி செந்தூரமாய்
வானத்தை பார்ப்பது
போன்றேதான் நம் சந்திப்பு.
ஒவ்வொரு முறையும்
ஏற்றிச் சுமக்கும்
காதல் பொதிகள்
உனை நேரிட்டவுடன்
கற்பூரமாய் கரைந்து விடுகின்றன.

மொத்தமாய் உன்னுடன்
நிறையத்தானே
இத்தனை நாட்களுக்கும்
உயிர் சுமந்து வாழ்ந்திருக்கிறேன்.
இனி இசையும் லயமுமாய்
பிணைந்திருப்போம்.

48.

உன்னை வந்து
சேர்ந்ததற்கான
பாதை
அத்தனை இலகுவாயில்லை
சஷாங்கன்.
பொத்துப்போன மனதோடும்
குற்றங்குறையான உடலோடும்தான்
நிகழ்ந்திருந்தது
நம் சந்திப்பு

இறுகிப்போன
பனிப்பாறைகளில்
உறைந்து போன உயிரிக்கு
உன் ஜீவ நாதம்
ஒரு கோப்பை அமிர்தம்.
உன் நுனிவிரல் தீண்டலில்தான்
செழித்தது முயங்கத் தூண்டும்
அழகு.

காயங்கள் ஆற்றியதெல்லாம்
உன் விழிகளின்
சிட்டிகை மோகம்.
இசைக் கருவியென
ஒப்புக் கொடுத்திருக்கிறேன்
உன் மீட்டலுக்கு.
லயமும் சுருதியுமாய்
இழைத்து
இழைத்து
மாயம் செய்கிறாய்.

இப்படியே இறவாது
இசைவழி
உன்னுள் வாழ மட்டுமே
உத்தேசம் எனக்கு.

49.

பதில்கள் ஏதும்
என்னிடத்தில் இல்லை
சமரசங்கள் இல்லை.
சமாதானங்கள் உதவாது.
சமுத்திரத்திற்கென
வாழ்க்கைப் பட்டுவிட்ட பின்
சுறாவுக்கு அஞ்சுதல்
பேதைமை.

சுட்டெரிக்கும்
வார்த்தைகளின் சுகம்
பழகியவன் நீ.
எட்டிப்பார்க்கும்
புன்னகையில்
துளிர்க்கத் தெரிந்தவள் நான்.
வேறென்ன பொருத்தம் இருந்து விடப்போகிறது.

உன்னில் மிச்சம் நானென்ற
அகந்தையில்

உயிர்மேலேற்றிப் போகிறேன்.
தெரியாமல் சிதறவிட்ட
கண்ணாடித் துண்டுகளின் மேல்
நின்றபடி கைகளை நீட்டுகிறாய்.
வாதையுறும்
உனக்குச் சொல்லவும்
நிஜங்கள் மட்டுமே வைத்திருக்கிறேன்.
நிகரானது நிஜம் மட்டுமே.
நேர்நின்ற நேர்மை
உனக்குடைத்து.
நிவேதனம் சிறிது பழுதெனினும்
பலிக்கு விலக்கப்பட்டது.

நான் பழுதல்ல..
நின் அகோரப் பசி தீர்க்கும்
சதைப்பிண்டம்.
புசிக்குமுன் முகத்தைச் சுருக்காதே.
அத்தனை அழகில்லை
வாடிப்போன உன் முகம்.

50.

உண்ணாத கனி
விள்ளாத பண்டம்.
ஊன் தின்று ஒழியாதே.
ரகசிய அறையின் கடவுச்சொல் பத்திரம். பத்திரம்.
முகம் வருடும் ஒற்றைவிரலும் பத்திரம்.
பின்,
உறைந்து போன உன்மத்தம்.

நாடி ஏறும் சந்திரகலை
இருளோடிய பகல்
மேலும் கீழுமாக நடந்த நட்சத்திரப் பாதை
பின் மண்டையின் சிறு வெளிச்சம்.
வஜ்ராயுத முடிவு.
கொழுந்து விட்டு எரியச் செய்.
சிந்திய வார்த்தைகள் தணலில்.
உறுமும் சத்தங்களால்
விசிறி விடு.

முயங்குமுன்னான பார்வைக்கு
ஒரு குவளை குருதி
ஈடு.
அனிச்சத்தை உலோகமென
உருமாற்று.
ரசவாதம் பயில்.
சித்திக்கும் பரவசத்தை
விரையும் நீருக்கு அருள்.
உலோக மூக்கில்
காற்றைக் கிழிக்கும் வாகனத்திற்கு
காயசண்டிகையின் சாபம்.
நிறைசூலியின் நகர்தலாய்
நிமிடங்களின் கனம்.

நகம் உடைய சுவர் தகர்க்கும்
மூர்க்கத்திற்கு ஊதியமென
செம்பருத்தி
எம்மாத்திரம்?

51.

நசுங்கிய விரலின்
குருதி சுவைக்கும்போதே
எழுந்துவிடுகிறாள் பீஜாசுரனை
வதைத்த பேரெழில்காரி.
கழுத்து திருகிப் போட்ட
குருவிகளின் கடைசி நிமிடங்களை
பதிவு செய்யவில்லை.

மனைக்கோலம் இடப்பட்டிருந்த
ஊஞ்சல் பலகையை
சிதைக்காக ஒடித்ததில்
நகச்சிலாம்பு உறுத்தல் வேறு.

அனுப்பியிருந்த
வானவில்லில்
ஒரு கல்முடிச்சு
விழுந்திருக்கிறது.
மிதித்தே அழித்திருந்த பூக்களில்

அம்மன் கை
ஒற்றைத்தாமரைக்கு மட்டும்
ஒரு நொடி தயக்கம்.

நிணமும் சதையுமாக
கிடந்ததை துடைத்தெறிய
வெண்பட்டுக்கு
வருத்தமாய் இருந்திருக்கும்.
மெல்லியலின் கூறென ஏதும்
மிச்சமிலா வாழ்வில்
மயிலிறகை ஏந்திக்கொண்டு
காத்திருக்கிறாய்.

வண்ணங்களை
நேரிடும் முன்
பார்வையை மறைத்துப் போகிறது
தன்வால் விழுங்கும் அரவமொன்று.

மீள் ஏது இதற்கு?

52.

சாத்தியமற்ற ஒரு வெளி.
வலிந்து புனைந்த மொழியும்,
நினைந்து தொலைத்த பிரிவும்
உள்ளங்கால் உணரும்
சிறு புற்களென.
உயரத்தில் காய்ந்து கொண்டிருக்கும்
உன் துணிகளின் வாசம்
அரூப போர்வையென.

இயலாமையின் உச்சத்தில்
வெடிக்கும் மூளை மடிப்புகளில்
வழிவது மட்டும்
தேவ மதுரம்.
அடர்ந்த மழைக்குப் பின்னான
சில்லிப்பில் அசையும்
பிரயத்தனம்தான்
சிதறு தேங்காய்த்துண்டு.

கடித்த பற்களிடையே
எட்டிப்பார்த்த
குருதிச்சுவை
கொடும்பசியின்
முதற்கவளம்.
சவைத்த எலும்பின் மஜ்ஜைகளிலும்
ஊறியிருக்கக் கூடும்
அழுக்காய்
ஓர் அதீதம்.

அவலச்சுவை பழகியபின்
அந்தரங்கம் புனிதமானது என்பது
மட்டும்
மனிதர்களால்
புனரமைக்கப்பட்டது.

53.

அடர் வனம்
தாண்டியதுண்டு.
காலுரசிய அரவத்தை
சருகென விலக்கியதுண்டு
யட்சிகள் குடித்து மீந்த
குருதியில்
பசியாறியும்
பாதங்கள்
கண்ணாடித் துகள்களில்
நறுங்கும் ஓசையில்
வலி மறந்ததுமாய்
கடந்த காலம்.

குதித்தோடும்
ஆட்டுக்குட்டியை
மடியில் அமர்த்திக்கொண்டும்
அன்னையென
அமிழ்ந்திருந்ததுண்டு.
இரும்புச் சதுரங்களில்
பதப்படுத்தப்பட்டவள்.

இடிமுழக்கங்களின் பாதையில்
தன்னந்தனியே இலையென
அலைதல் என் பிழைப்பு.
நரகல் பாதை அது.
வீச்சமென சுவாசம்
பழகியிருந்திருக்கிறேன்.

விடைகொடு அப்பனே.. என
இறைவனிடம் மன்றாடியிருக்கிறேன்.
தேவதேவ.

ஒவ்வொரு நிகழ்விலும்
துளித்துளியாய்
சேகரித்த தேவமதுரத்தை
கையிலேந்தி
உள் நுழைந்திருக்கிறாய்
புலரி செவ்வானமென
துலங்கத் தொடங்கியிருக்கிறது
என் வாழ்வு.

54.

புலரி செவ்வண்ணத்தில்
குறை அவித்தல்
தேநீர் தயாரிப்பில்
தொடங்குகின்றன.
சில மின்னல்கள் அடைக்கப்பட்ட
கைப்பையினுள்.
நில அதிர்வுகள் மயில்துத்த
மிதியடிக்கு அடியில்.

துளைக்கும் மண்புழுக்களுக்கு
உணவென
செரிக்க முடியாக் கனவுகள்.
முட்களெல்லாம்
தலையணைகளில்.
விசும்பல் வெளி போகாத
இரும்புக் கிராதிகள்.

இடிச்சத்தங்களுக்கு

கடுகு டப்பாக்கள்.
சுடுதண்ணீருக்கான
உயவுப்பொருள் இயலாமையின்
அசைவின்மை.
கழிவுப்பொருளை நெகிழிப்பையில்
முடிச்சிடும் உன்மத்தம்.

ஜன்னலோர
துண்டு ஆகாயத்தில்
சமனுறும் பேரண்ட பட்சி.
தசையிழுபடுதலின் அவசங்கள்
தீர்ந்து போகையில்
மிருகத்திற்கு ஒரு கோப்பை பால்.

கீரைகளில் பூச்சி அரித்த
துளைகளில்
சைவமென நம்பவைக்கப்பட்ட
யட்சி.

சமர் என்பது வாளெடுத்து புரிவது மட்டுமல்ல.
மரணம் என்பது உயிர் நீங்குவது மட்டுமல்ல.

55.

பூர்ணாகுதி.. சொல் கேட்டிருக்கிறாயா?
பூரணமாய் எய்திய பிறகுதான்
ஆகுதியாய் உன்னில் என்னை
இட்டுக் கொள்ள முடியுமா?
முழுமையின்
வடிவிற்கு இழுத்துச்
செல்லும் பாதைதான்
நம் உறவின் தொடக்கமல்லவா?
அன்றி
வழிந்து கொண்டிருக்கும்
திரவத்தின் நிறையை
நிலையழிய செய்வதா?
நுனி விரல்
தீண்டலில் கடத்தும்
ஒற்றை பூகம்பம் அதுவே தானா?

மூச்சுக்காற்றை
செவிமடுக்கும் போதெல்லாம்
உன் போதாமைகளை சமன்படுத்தும்
என் தாக்கங்களை உணர்கிறாயா?
குறையும் குறையும் கூட்டலாய் மாறும்
இயற்கணிதம் செப்புகிறாயா?

எத்தனை கேள்விக்குறிகளை இட்டிருக்கிறேன்?
சுழி வளைந்ததொரு நிலையை
அதில் கண்டிருப்பாயா?
இப்படி உன் மனதுக்குள் புகுந்தே

ஒட்டுண்ணியாக
நின் காதலை தின்று செரிக்கும்
எனக்கு என்ன பெயரிட்டிருக்கிறாய் நீ?

பிச்சி என்ற பெருந்துயர்
கடக்கும் மார்க்கம்தான்
எதில் உரைத்திருக்கிறது?
முற்றுப்புள்ளிக்கு முந்தைய
இரண்டு வார்த்தைகளின் மத்தியில்
ஒரு காற்புள்ளியாகவாவது
கன்னத்தை தடவிவிட்டு
போகக் கூடாதா?

சவிதா, சேலத்தில் வசிப்பவர். ஏற்கனவே 1. யாமத்தில் அடர்ந்த மழை, 2. உபாசகி, 3. கை நிறை செந்தழல் என்ற மூன்று கவிதைத் தொகுப்புகள் வெளியிட்டுள்ளார். பல்வேறு பத்திரிகைகளில் சிறுகதைகள், கவிதைகள், கட்டுரைகள் எனத் தொடர்ந்து இயங்கி வருகிறார். தீவிர புத்தக வாசிப்பாளர்.

மின்னஞ்சல் முகவரி – savithavenkatakrishnanv@gmail.com